அங்கிருந்துதான் வந்திருக்கிறோம்

பெரியார் என்னும் நவீனம்

அங்கிருந்துதான் வந்திருக்கிறோம்

பெரியார் என்னும் நவீனம்

சுகுணா திவாகர்

கருப்புப் பிரதிகள்

அங்கிருந்துதான் வந்திருக்கிறோம்
நவீன கவிதை
© சுகுணா திவாகர்

முதல் பதிப்பு: டிசம்பர் 2023

வெளியீடு: கருப்புப் பிரதிகள்
பி 55, பப்பு மஸ்தான் தர்கா, லாயிட்ஸ் சாலை,
சென்னை 600 005.
பேச: 94442 72500
மின்னஞ்சல்: karuppupradhigal@gmail.com
முகப்போவியம்: தமிழ்பித்தன்
வடிவமைப்பு: ஜீவமணி, 96000 99112
அச்சாக்கம்: ஜோதி எண்டர்பிரைசஸ், சென்னை 600 005.

விலை: ரூ. 90

Angirunthuthan Vanthirukkirom
Naveena Kavithai
© Suguna Diwakar

First Edition: December, 2023

by Karuppu Pradhigal
B55, Pappu Masthan Darga, Lloyds Road,
Chennai 600 005, Tamil Nadu, South India.
Mobile: 94442 72500
Email: karuppupradhigal@gmail.com
Cover Drawing: Tamizhpithan
Layout: Jeevamani, 96000 99112
Printed by: Jothy Enterprises, Chennai 600 005.

Price: ₹ 90

ISBN: 978-93-95256-44-5

கருப்புக் குறிப்புகள்

"ஏறக்குறைய எல்லா உறுப்புகளும் பழுதடைந்த நிலையிலும் காலத்தைச் சரியாகக் காட்டியபடி ஓடிக் கொண்டிருக்கும் கடிகாரம்" எனப் பெரியாரைப் பற்றி அவருக்கு மருத்துவம் பார்த்த டாக்டர் ஜான்சன் சொன்னார்.

"வினாக் குறிகளை விளக்கு கம்பங்களாக்கி வீதியெங்கும் நட்டு வைத்தவன் நீ" என இந்தியா வியக்கும் இன்றையத் தமிழகத்தின் அடிப்படை வளர்ச்சிக்கானச் சித்திரத்தை வெற்றுப் புகழாரமாக இல்லாது ஒரு கவிச் சித்திரமாகவே வரைந்து காட்டிவிட்டார் தமிழகத்தின் தேர்ந்த கவிஞரும் பாரதிதாசன் பரம்பரையில் உலக நவீன கவிதைகளை தமிழக்கு அறிமுகப்படுத்தியவருமான ஈரோடு தமிழன்பன்.

மருத்துவர் ஜான்சன் போன்றோ, கவிஞரும் பேராசிரியருமான ஈரோடு தமிழன்பனைப் போன்றோ, பெரியாருக்கு அய்ம்பதுக் கவிதைகளை எழுதி அணி சேர்த்துள்ள சுகுணா திவாகரைப் போன்றோ, மனம், வாக்கு, காயம் இவற்றை பெரியாருக்கோ அல்லது அவர் காண விரும்பிய நவீன தமிழ்ச் சமூகத்திற்கோ தொடர்பில்லாதவர்களாகவே பெரும்பான்மையினராகத்தான் நமது நவீன தமிழ்ப் படைப்பிலக்கியத்தில் இலக்கியவாதிகளாக இயங்கி வருபவர்கள் என நான் நினைக்கிறேன்.

உலகளாவிய அரசியல் மாற்றங்களின் தொடர்ச்சியில் மாறிவரும் இலக்கியத்தையும் அதன் பாங்கையும் உள்வாங்காமல் வெறும் உருவகத்தை கடன் வாங்கி அகச் சித்திர ஏக்கங்களை சொற்சித்திரமாக்கிக்கொண்டு உலா

வரும் ஜாதி-மத நிறுவனக் குட்டைகளைத் தாண்டிக் குதித்து விடாத குளத்து மீன்கள் இவர்கள்.

நாம் உணர்ந்தவைகளை நவீனக் கலை-இலக்கியமாக மறு உற்பத்தி செய்து காட்டுவதும் அதற்கொரு தனித்தடம் அமைத்துப் பயணிக்கும் போக்கிலும் இளமைச் செழுமையோடும் எதிர் கலாச்சாரப் பண்போடும் எழுதப்பட்டுள்ள இக்கவிதைகள் இன்னும் இன்னும் படைப்பாக்க வெளியில் பெரியாரை நிறுத்தி விவாதிக்கும் போக்கை நவீன இளைய தலைமுறையினரிடம் உருவாக்கும் என்ற பெரு மகிழ்வோடு இத்தொகுப்பை சமூகப் பிரதியாக்கம் செய்கிறோம்.

இதற்கு வாய்ப்பளித்த நண்பன் சுகுணா திவாகருக்கு பெரியாரிய நன்றியறிதலை பங்கிடுகிறேன். நூலாக்கத்திலும், பதிப்பகத்திலும் தோளின் துணையாய் நின்று வழி நடத்தும் அமுதா, ஷோபாசக்தி, மதிவண்ணன், விஜய் ஆனந்த் (பெங்களூரு), ஜீவமணி, ப. திருமாவேலன், சுதந்திர குமார் உள்ளிட்ட தோழர்களுக்கும், அறிவொளி, அரிதாஸ், அருள்குமார் உள்ளிட்ட தம்பிகளுக்கும் அன்பையும் நன்றியையும் பணிக்கிறேன்.

தோழமையுடன்,
நீலகண்டன்

அழகியலையும் அரசியலையும்
இணைத்த கவிமனம் பாரதிதாசனுக்கும்
பெரியாரின் கனவுகளை அரசியல்
சாத்தியமாக்கிய கலைஞருக்கும்

சுகுணா திவாகர்

1978 இல் திண்டுக்கல்லில் பிறந்த சுகுணா திவாகரின் இயற்பெயர் ரீ. சிவக்குமார். அடிப்படையில் திராவிட இயக்க சமூக செயல்பாட்டாளராகவும் நிறப்பிரிகையின் இலக்கிய அரசியல் போக்கிலும் தன்னை எழுத்திலக்கியவாதியாக தகவமைத்துக் கொண்டவர். ஆனந்த விகடன் இதழாசிரியராகப் பணிபுரிந்த சுகுணா திவாகர் 15 ஆண்டுகளுக்கும் மேலான இதழியல் அனுபவம் கொண்டவர்.

'தீட்டுப்பட்ட நிலா', 'பாலச்சந்திரனின் இறுதியுணவு' ஆகிய கவிதைத் தொகுப்புகளும், 'பெரியார்: அறம், அரசியல், அவதூறுகள்', 'சிந்திப்பதைத் தவிர வேறு வழியில்லை', 'அரசியல் சினிமாக்களும் சினிமாக்களின் அரசியலும்', 'திராவிட அரசியலின் எதிர்காலம்', 'மறுப்பில் உயிர்க்கும் சொற்கள்' ஆகிய கட்டுரைத் தொகுப்புகளும் 'அஞ்சிறைத்தும்பி' என்னும் குறுங்கதைகளின் தொகுப்பும் இதுவரை வெளியாகியுள்ளன.

2018 இல் சிறந்த கட்டுரைத் தொகுப்புக்கான ஆனந்த விகடன் நம்பிக்கை விருது, தமிழ்நாடு முற்போக்கு எழுத்தாளர்கள் கலைஞர்கள் சங்கத்தின் 2020 – 2021 சிறந்த கலை இலக்கிய விமர்சன நூலுக்கான விருது போன்றவற்றை இவரது நூல்கள் பெற்றுள்ளன. இலக்கியம். திரைப்படம், அரசியல் குறித்த தொடர்ச்சியான விமர்சனப் பார்வைகளை முன்வைப்பதும் படைப்பாக்கப் பணிகளும் சுகுணா திவாகரின் அடையாளங்கள்.

இணையர் ஜெயந்தியோடும் மகன் நவீன் சித்தார்த்தோடும் தற்போது சென்னையில் வசித்துவருகிறார்.

நவீன தமிழ்க்கவிதைகளில் ஏன் பெரியார் இல்லை?

தமிழ் நவீனக் கவிஞர்களின் கவிதைகளில் பெரியார் இடம் பெறாதது ஏன் என்று கேள்வி எழுப்பி அதற்கான சில காரணங்களையும் கவிஞர் ஷங்கரராம சுப்பிரமணியன் தன் வலைத்தளத்தில் எழுதியிருந்தார். ஷங்கர் எழுதியதை முன்வைத்து சமூகவலைத் தளத்தில் பல்வேறு விவாதங்கள் நடைபெற்றன. அதில் நானும் ஒரு விரிவான கட்டுரையை எதிர்வினையாக முன்வைத்தேன். அதன் விளைவுதான் இந்தப் புத்தகம். அந்தவகையில் இந்த நூல் வெளியாக முதல் காரணமாக அமைந்த கவிஞர் ஷங்கரராம சுப்பிரமணியனுக்கு என் நன்றிகள். இந்த விவாதங்களில் பங்குபெற்ற, முகநூலில் நான் எழுதிய இந்தக் கவிதைகளைப் படித்த, பகிர்ந்த, கருத்துகளை முன்வைத்த நண்பர்களுக்கும் நன்றிகள். முகநூலில் கவிதைகள் வெளியானபோதே 'இது அவசியம் தொகுப்பாக வரவேண்டிய கவிதைகள்' என்று பலரும் வலியுறுத்தினர். பல்வேறு பதிப்பகத்தைச் சேர்ந்த நண்பர்களும் இந்தத் தொகுப்பைக் கொண்டுவர விரும்பினார்கள். ஆனால் வேறுயாரை விடவும் கறுப்புப்பிரதிகள் மூலம் இந்தத் தொகுப்பு வெளியாக வேண்டும் என்பதே என் விருப்பம். எனக்கும் நீலகண்டனுக்குமான இணைப்புச் சங்கிலியாக இருப்பவர் பெரியார். இப்போது இந்தச் சங்கிலியின் இன்னொரு கண்ணிதான் இந்தக் கவிதைத்தொகுப்பு. இந்தத் தொகுப்புக்கான முகப்பு ஓவியத்தை வரைந்து தந்த தோழர் திண்டுக்கல் தமிழ்ப்பித்தன், அழகுற வடிவமைக்கும் ஜீவமணி ஆகியோருக்கும் நன்றிகள்.

இனி, இந்தப் புத்தகத்துக்கான தொடக்கப் புள்ளியாக 2022 இல் நான் முகநூலில் எழுதிய குறிப்பு...

இப்படி ஒரு கேள்வியைக் கவிஞர் ஷங்கரராம சுப்பிரமணியன் எழுப்பியிருந்தார். நல்ல கேள்வி; முக்கியமான கேள்வி. எனக்கும்கூட இந்தக் கேள்வி அவ்வப்போது எழுந்ததுண்டு. பொதியவெற்பன், ராஜன்குறை மற்றும் சிலர் இதற்கான பதில்களையும் இடையீடுகளையும் முன்வைத்திருந்தனர். பொதியவெற்பனின் பின்னூட்டத்தில் சில நண்பர்கள் ஷங்கர் பெரியாருக்கு எதிரான கருத்துகளை முன்வைப்பதாக ஆவேசமாகவும் எதிர்வினையாற்றியிருந்தனர். நான் அப்படி நினைக்கவில்லை. ஒரு நவீன கவிஞர் என்ற முறையில் பெரியார் நவீன கவிதையில் ஏன் இல்லை என்ற கேள்வியை எழுப்பி அதற்கான பதில்களைத் தேட முனைந்திருக்கிறார் என்றே கருதுகிறேன். நானும் இப்படி சிந்தித்துப் பார்த்ததில் உருவான எண்ணங்கள் இவை. யாரும் மாறுபடலாம்.

தமிழில் 'நவீன இலக்கியம்' என அறியப்பட்ட இலக்கிய வகைமையின் முன்னோடிகள் பார்ப்பனர்கள் மற்றும் 'உயர்'சாதியினர். இவர்கள் புற எதார்த்தத்தை விடவும் அகவுணர்ச்சிகளுக்கும் அரசியலை விடவும் அழகியலுக்கும் முக்கியத்துவம் கொடுத்தவர்கள். இவர்களின் அளவுகோலில் திராவிட இயக்கம் மற்றும் திராவிட இயக்க கலை, இலக்கியம் என்பதே அழகியலுக்கு எதிரானதொன்று. எனவே இவர்களின் படைப்புகளில் பெரியார் இல்லாமல் போனது ஆச்சரியமொன்றுமில்லை. ஆனால் இந்த ஒரு பதிலோடு நாம் திருப்தியடைந்துவிட முடியாது. ஏனெனில் 'நவீன' இலக்கியம் மட்டும் பெரியாரைப் புறக்கணித்துவிடவில்லை.

பெரியார் என்னும் அடையாளத்தைப் பாடுபொருளாகக் கொண்டுவந்தவர்கள் பெரும்பாலும் மரபுக் கவிஞர்களே. இதில் பாரதிதாசன் பரம்பரைக் கவிஞர்களுக்கு முக்கியமான இடமுண்டு. மரபுக் கவிதையை மறுத்துத் தோன்றிய — 'நவீன' இலக்கியவாதிகள் ஏற்காத — இடதுசாரி முற்போக்குக் கருத்துகளை முன்வைத்த வானம்பாடிக் கவிதைகளிலும்கூட பெரியார் பெருமளவு இருந்ததில்லை.

பாரதியும் காந்தியும் பாடுபொருளாக இருந்தளவுக்குப் பெரியார் வானம்பாடிக் கவிதைகளில் பாடப்பட்டதில்லை. பெயருக்குப் பின்னால் பாரதி என்னும் ஒட்டைச் சேர்த்துகொண்ட கவிஞர்கள் உருவானது வானம்பாடி மரபில் இருந்துதான். 'தேசப்பிதாவுக்குத் தெருப்பாடகனின் அஞ்சலி' முதல் 'கவிராஜன் கதை' வரை உருவாக்கியவர்கள் பெரியார் குறித்து பெரிதாக எழுதியதில்லை. இதில் சில கவிஞர்கள் கலைஞர் கருணாநிதியுடன் பல கவியரங்கங்களில் பங்கேற்றுப் பாடியவர்கள். ஆனால் தனிக்கவிதைகளில் அவர்கள் பெரியார் பற்றி எழுதியது குறைவு அல்லது இல்லவே இல்லை.

திராவிட இயக்க ஆதரவாளராகக் காட்டிக்கொள்ளும் வைரமுத்துகூட தன் கவிதைகளில் பெரியார் பற்றி அதிகம் எழுதியதில்லை. பாடல்களில் 'பெரியார் சொன்ன வெங்காயம்' என்பதைப் போல் சம்பந்தமில்லாமல் சில துணுக்குகளில் பெரியார் எட்டிப்பார்த்திருக்கிறார். திராவிட இயக்கம் குறித்த மணிரத்னத்தின் 'இருவர்' திரைப்படப் பாடலில்கூட 'மீசைகள் எல்லாம் பாரதியா?'வுக்கு முன்பு 'தாடிகள் எல்லாம் தாகூரா?' என்றுதான் வைரமுத்து எழுதினாரே தவிர 'தாடிகள் எல்லாம் பெரியாரா?' என்று எழுதியதில்லை.

பாலச்சந்தர் மட்டுமல்ல, பார்ப்பன எதிர்ப்பு, மத மறுப்பு, பெண்ணுரிமை பேசிய பாரதிராஜா படங்களிலும்கூட பாரதியார்தான் ஆதர்ச நாயகனே தவிர பெரியார் அல்ல. பாலச்சந்தர், பாரதியாரை விடுவோம், எம்.ஜி.ஆர் திரைப்படங்களில்கூட காந்தி, புத்தர், யேசு, அண்ணா அடையாளங்கள் காட்சிப்படுத்தப்பட்ட அளவுக்கு பெரியார் ஓர் அடையாளமாக காட்சிப்படுத்தப்பட்டதில்லை. எனவே 'நவீன' இலக்கியம் என்றில்லை, வெகுஜன இலக்கியம், வெகுஜன திரைப்படம் என எதிலும் பெரியார் என்னும் அடையாளம் அதிகம் இருந்ததில்லை. என்ன காரணம்?

மகாபலிபுரம் தொடங்கி கண்காட்சிகள் வரை சிலைகள் அதிகம் விற்கப்படும் இடங்களைக் கவனித்திருக்கிறேன். அதிகம் விற்பனையாகும் சிலைகள் இரண்டுதான். புத்தர் மற்றும் விநாயகர். மதம், சிறுபிள்ளைத்தனம் ஆகியவற்றின்

அடையாளம் விநாயகர் என்றால் சாந்தம், அழகியல், தியானம் ஆகியவற்றின் அடையாளமாகப் புத்தர் பார்க்கப்படுகிறார். ஒரு தலித் கலைநிகழ்வில் இருக்கும் புத்தர் வேறு; நட்சத்திர விடுதியின் வரவேற்பறையில் இருக்கும் புத்தர் வேறு. புத்தர் சிலைகளை வாங்கிக்குவித்து தன் வீட்டை நிரப்பிக்கொள்பவர்களில் பெரும்பாலோருக்குப் புத்தர் ஒரு வேதமறுப்பாளர் என்று தெரியாது.

புத்தர், பாரதி, காந்தி, யேசு போன்ற உருவங்களின்மீது பொதுப்புத்தியில் நிலவும் கருத்துகளே அவர்களை எல்லா இடங்களுக்கும் கொண்டு சேர்த்திருக்கின்றன. ஆழமும் விமர்சனமும் அற்ற மேலோட்டமான இந்தப் பொதுப்புத்தி பார்வையில் இருந்துதான் இந்த அடையாளங்களை வெகுஜன சினிமாக்களில் இருந்து நவீனகவிதை வரை ஏற்றிருக்கின்றன. புத்தர் என்றால் கருணை; பாரதி என்றால் கவிதை, ரௌத்திரம், புதுமைப்பெண்; காந்தி என்றால் நேர்மை, அஹிம்சை; யேசு என்றால் அன்பு.

பெரியாரை இப்படி சாராம்சமான பொது அடையாளங்களில் அடைத்துவிட முடியாது என்பதுதான் சிக்கல். பெரியார் என்றால் தீவிரம். பெரியார் என்றால் மறுப்பாளர். பெரியார் என்றால் வெகுஜன அபிப்பிராயங்களுக்கு விரோதி. ஷங்கர்ராம சுப்பிரமணியன் சொல்வதைப் போல் பெரியார் என்பது கருந்துளையல்ல. அது ஒரு எதிர் நீரோட்டம். அந்த நீரோட்டத்தைத் தாங்குவதற்கு நம் வீடுகளைத் தயார்ப்படுத்த வேண்டும். ஏனென்றால் எல்லாப் படங்களையும்போல் அது சமர்த்தாக சுவரில் தொங்கிவிட்டுப்போவதில்லை. அது பல சமயங்களில் நம் வீட்டின் முகத்தை மாற்றியமைத்துவிடுகிறது. அது நமக்கும் நம் வீட்டுக்கும் ஓர் அடையாளத்தைக் கொடுத்துவிடுகிறது. அது விரும்பத்தக்க அடையாளமல்ல.

மற்ற அடையாளங்களைப் போல் தீவிரத்திலிருந்து பெரியாரைக் கழட்டிவிட முடியாது. தீவிரத்தைக் கழித்துவிட்டால் அவர் தாடியை மழித்த பெரியாரைப் போல் அடையாளமே இல்லாமல் போய்விடுவார். நட்சத்திரவிடுதி வரவேற்பறை முதல் நவீன கவிதை வரை தீவிரமற்ற பொது அடையாளங்களே தேவை.

நமது நவீன கவிஞர்களுக்குத் தீவிரமான எதார்த்தம் தேவையில்லை. அவர்கள் கவிதைகளில் மார்க்ஸ், பிரெக்ட், பிராய்ட், நீட்ஷே ஆகியோர்கூட தீவிரமற்று கவிதைக்கான கச்சாப்பொருளாக உருமாறிவிடும் சாத்தியங்களுடன் மட்டும்தான் பயன்படுத்தப்பட்டிருக்கிறார்கள். ஆனால் இப்படி பெரியாரை உருமாற்றிவிட முடியாத சிக்கல் நவீனக் கவிஞர்களுக்கு இருக்கிறது.

'நவீன கவிதைகளில் பெரியார் இல்லாமல் போனதற்கான' ஷங்கரின் காரணங்கள் மூன்றை நான் மறுக்கிறேன்.

'அழகுக்கும் அழகியலுக்கும் எதிரானவர் என்பதால் பெரியார் கவிதையில் இடம்பெறவே இல்லாமல் போனாரா?' என்கிற கேள்வியை எழுப்புகிறார் அவர். இப்படி தொகுத்துக் கொள்ளலாம். தர்க்கங்களின் அடிப்படையில் தன் செயற்பாடுகளை முன்வைத்த பெரியாரை, தர்க்கங்களின் எல்லைகளை மீறும் கவிதைக்குள் கொண்டுவர முடியுமா? பெரியார் மொழியின் மீதும் இலக்கியங்கள் மீதும் கடுமையான விமர்சனத்தை முன்வைத்தவர். அவரை அதே மொழி, இலக்கியத்துக்குள் கொண்டுவர முடியுமா?

பெரியார் மொழியையும் இலக்கியங்களையும் கடுமையாக விமர்சித்தார்தான். ஆனால் அவர் காலத்தில்தான் பாரதிதாசன் என்ற மகாகவி அவருடன் இருந்தார். *அழகின் சிரிப்பு* என்னும் நூலையும் படைத்தார். கலைஞர், அண்ணா, எம்.ஆர். ராதா என்று கலையையும் இலக்கியங்களையும் கருவிகளாக்கிக் கொண்டவர்கள் பெரியார் பாசறையில் வளர்ந்தவர்களே. மேலும் ஒருவரை நவீன கவிதைக்குள் கொண்டுவர இலக்கியம் குறித்த அவரது பார்வை எப்படி தடையாக இருக்க முடியும்?

காந்தியை வரைந்த ஆதிமூலம் பெரியாரை வரையவில்லை என்பதையும் ஷங்கர் நினைவுபடுத்துகிறார். தனபாலின் பெரியார் சிற்பத்தை அவர் மறந்துவிட்டார். மருது பெரியார் குறித்து எண்ணற்ற ஓவியங்களை வரைந்திருக்கிறார். இன்று சமூகவலைத்தளத்தில் அதிகம் பகிரப்படும் ஓவியங்களில் ஒன்று பெரியார் ஓவியங்கள். பெரியாரைத் தங்கள் விருப்பத்துக்கு ஏற்ப விதவிதமான வடிவங்களில் அடையாளங்களாக

மாற்றியிருக்கிறார்கள். இதை ஏன் நவீன கவிஞர்களால் செய்ய முடியவில்லை? இன்றைய சமூகவலைத்தளத்தில் அரசியல் உரையாடலும் தீவிரமும் பரவலாகும்போது பெரியார் அடையாளமும் பரவலாகிறது. இன்றைய சினிமாக்கள் தீவிரமடையும்போது பொதுப்புத்தி தாண்டிய நேரடியான உரையாடலை அவை முன்வைக்கும்போது திரைப்படங்களிலும் பெரியார் காட்சிப்படுத்தப்படுகிறார்.

பெரியார் எழுத்தில் படிமங்களோ, கவித்துவமோ உண்டா என்ற கேள்வியை எழுப்பி 'தான் படித்தவரை இல்லை' என்கிறார் ஷங்கர். நேர்மையான பதில். ஷங்கர் இன்னும் பெரியாரை நிறைய படிக்க வேண்டும்.

பெண்கள் பிள்ளை பெறுவதை நிறுத்தவேண்டும் என்று சொன்ன பெரியாரிடம் 'அப்படியானால் மனித சமூகம் எப்படி விருத்தியடையும்?' என்று கேட்கப்பட்டது. 'மனித சமூகம் விருத்தியடையாவிட்டால் என்ன, புல், பூண்டு மற்ற ஜீவராசிகள் விருத்தியடையட்டுமே! இதுவரை விருத்தியடைந்த மனித ஜீவராசிகளால் பெண்களுக்கு என்ன நன்மை?' என்பதில் தர்க்கங்கள் தாண்டிய கவித்துவமில்லையா? பெரியார் நாகம்மைக்கு எழுதிய இரங்கல் அறிக்கையைப் போன்ற கவித்துமான இரங்கலை இதுவரை எந்தத் தமிழ் நவீன எழுத்தாளரும் எழுதி நான் படித்ததில்லை.

நவீன இலக்கியங்களில் பெரியார் இல்லாமல் போனதற்கு பெரியாரிஸ்ட்களும் ஒரு காரணம். பாரதிதாசன் முதல் பெருஞ்சித்திரனார் வரை வந்தவர்கள் அதைத்தாண்டி நவீன இலக்கியங்களைப் படிக்கவில்லை. இலக்கியங்கள் குறித்த பெரியாரின் பார்வைகளின் எதிரொலிப்பும் நவீன இலக்கியங்கள் புரியவில்லை என்ற ஒவ்வாமை உணர்வும் காரணமாக இருக்கலாம்.

ஆனால் ஆச்சர்யகரமாகப் பெரியாரின் சிந்தனைகளில் இருந்த நவீனக்கூறுகளை மறுவாசிப்பு செய்து, அதைக் கோட்பாட்டாக்கம் செய்து, பெரியாரின் பொருத்தப்பாட்டை முன்வைத்தவர்கள் சிறுபத்திரிகைகளில் எழுதிய அறிவுஜீவிகளே. இவர்கள் மார்க்சிய பின்னணி கொண்டவர்கள். எஸ்.வி.ஆர்,

அ. மார்க்ஸ், ரவிக்குமார், பொ. வேல்சாமி, ராஜன்குறை, வ. கீதா எனப் பலரும் பெரியாரின் நவீனச் சிந்தனை குறித்து விரிவான உரையாடலை முன்வைத்தார்கள். ஆனால் இதை நவீன கவிஞர்கள் உள்வாங்கிக்கொண்டார்களா?

தேசியம், பாலுறவு சுதந்திரம், குழந்தைப்பேறு, குடும்ப அமைப்பு, விமர்சன உரிமை, அரசு மறுப்பு எனப் பலவற்றிலும் நவீனச் சிந்தனைகளை முன்வைத்தவர் பெரியார். ஆனால் அவரை நாங்கள் எந்த இடத்திலும் பாடுபொருளாக வைத்ததில்லை என்று சொல்வதற்கு 'நவீன' கவிஞர்கள் என்பவர்கள் வெட்கமுற வேண்டாமா?

இப்போது திராவிட இயக்கத்தில் இருக்கும் நவீன கவிஞர்களாவது இதை முன்னெடுத்திருக்கலாம். பாரதிதாசன் மரபிலக்கியத்தில் செய்ததை நவீன கவிதையில் இவர்கள் மேற்கொண்டிருக்கலாம். ஆனால் கெடுவாய்ப்பாக அவர்கள் பாடுபொருளின் முன்னுரிமை வேறாக இருக்கிறது.

நவீன எழுத்தாளர்களுக்கும் பெரியாருக்கும் என்ன சம்பந்தம் என்பதைவிட நவீன எழுத்தாளர்களுக்கும் நவீனத்துக்குமாவது ஏதாவது சம்பந்தமிருக்கிறதா என்பதை யோசிக்க வேண்டியிருக்கிறது.

30 ஆண்டுகளுக்கு முன்பு தமிழில் 'மாற்றுகளைத் தேடி' என்று ஒரு புத்தகம் வந்தது. மாற்றுக்கல்வி, மாற்று மருத்துவம், மாற்றுப் பண்பாடு ஆகியவை குறித்து அந்நூல் பேசியது. பள்ளிகளுக்கு அப்பால் கல்வி, கல்வி நிலையத்தில் அதிகாரப்படிநிலை, பின் தங்கிய பின்னணியில் இருந்து வரும் மாணவர்கள் குறித்த பொதுச் சித்திரத்தைக் கறுப்பின மாணவர்கள் முதல் தலித் மாணவர்கள் வரை முன்வைத்துப் பேசுகிறது. ஆனால் 30 ஆண்டுகளுக்குப் பிறகு ஒரு 'நவீன' எழுத்தாளர், 'அரசுப்பள்ளி மாணவர்கள் பொறுக்கிகள். அவர்களை அடித்து உதைப்பதற்கு ஆசிரியர்களுக்கு சுதந்திரம் கொடுக்க வேண்டும்' என்கிறார். 'கண்ணைவிட்டுட்டு மற்ற எல்லாத்திலும் அடிச்சு தோலை உரிச்சுடுங்க' என்று சொல்லும் சாமானியரின் குரலை எதிரொலிக்கும் எழுத்தாளரிடம் என்ன 'நவீனம்' இருக்கிறது? மரணதண்டனையை, என்கவுண்டரை,

ராணுவ வன்முறையை ஆதரித்துக்கொண்டே ஒருவரால் காந்தியையும் பேச முடிகிறது என்றால் அது என்ன 'நவீனம்?'

மொழியில் நிலவும் அதிகாரம் குறித்து கிட்டத்தட்ட ஒரு நூற்றாண்டுக்கு முன்பு சிந்தித்தார் பெரியார். இன்று அதைப் பொதுச்சமூகமும் ஏன் அரசும்கூட ஏற்று திருநங்கை, மாற்றுத்திறனாளிகள் போன்ற வார்த்தைகளைப் பயன்படுத்துகின்றனர். ஆனால் ஒரு 'நவீன' எழுத்தாளரோ "தேவடியா என்ற வார்த்தையை எப்படி பயன்படுத்தாமல் இருப்பது? அதை எடுத்துவிட்டால் தமிழ் அழிந்துவிடாதா?" என்கிறார். பல 'நவீன' எழுத்தாளர்கள் பெண்களை, பெண் எழுத்தாளர்களை, பெண் வாசகர்களை, பெண்ணியவாதிகளைக் கிண்டலடித்து எழுதுகிறார்கள். அத்தனையும் சாலமன் பாப்பையா, பட்டிமன்றம் ராஜா தரத்தைத் தாண்டாதவை. நவீனம் என்பதைச் சிந்தனைக்குள் உள்வாங்காதவர்கள் வெறுமனே மொழியின் வடிவத்தை மாற்றி நவீனம் என்று நீட்டுகிறார்கள். எனவே 'நவீன கவிதையில் பெரியார் ஏன் இல்லை' என்பதைச் சிந்திப்பதற்கு முதலில் கவிஞர்கள் நவீனமாகவும் தயாராக வேண்டும்.

ஆனால் இப்படி வெறுமனே விமர்சனங்களுடனோ தன்னளவில் திருப்தியடைந்துவிடுகிற பதில்களுடனோ முடித்துவிடுவது சரியானதில்லை. 'பெரியாரை நவீனக் கவிதைக்குள் கொண்டுவர முடியுமா?' என்ற சவாலை நான் ஏற்கிறேன். 'ஜீன்ஸ் பெரியார்' என்னும் என் குறுங்கதையும் அப்படியான ஒரு முயற்சிதான் (அது 'நவீன' இலக்கியமாக 'நவீன' இலக்கியவாதிகளால் ஏற்கப்படாது என்று தெரியும்)

அடுத்த ஆண்டு – 2023 – பெரியார் இறந்து 50 ஆண்டுகள் ஆகின்றன. பெரியாரின் நினைவுப்பொன்விழா ஆண்டில் பெரியாரைப் பற்றி மட்டுமே எழுதப்பட்ட கவிதைகள் அடங்கிய தொகுப்பைக் கொண்டுவந்துள்ளேன்.

சுகுணா திவாகர்

அங்கிருந்துதான் வந்திருக்கிறோம்!

"வணக்கம் வணக்கம்
ஓ பழைய வீட்டுக்குப் போய்விட்டீர்களா?
நாங்கள் இங்குவந்து
பல ஆண்டுகள் ஆகிவிட்டன.
இல்லையில்லை நடந்துவரும் தூரம்தான்.
ஏழெட்டு தெருக்கள் கடந்தால் போதும்.
அங்கிருந்து பின்னோக்கி வந்தால்
பெயரழிப்பு போராட்டம் நடந்த கபே வரும்
இல்லை அந்த ஹோட்டல் இப்போது இல்லை
அதைத் தாண்டி நடந்தால் ஒரு பழைய ரயில்நிலையம்
இந்தி எழுத்துகளைத் தாரால் அழித்த
அதே ரயில்நிலையம்தான்
அதன் நீண்ட மதில்சுவரை ஒட்டிவந்து
வலதுபுறம் தெருவில் நுழையவேண்டும்
இப்போது அங்கே நுழைய தடையில்லை.
நிறைய வீடுகள் காலியாகத்தான் இருக்கின்றன.
வெளியேறியவுடன் வரும் மணிக்கூண்டுக்கு அருகில்
உங்களுக்குத் தெரியுமே
நாகப்பனின் சலூன்கடை
அதை க்ளினிக்காக மாற்றிவிட்டார்
அவரது பேரன்
மூன்றாவது இடதுக்குள் நுழைந்தவுடன்
நிச்சயம் இந்தத் தெருவை மறந்திருக்கமாட்டீர்கள்
வனஜாவையும் அவள் பால்ய திருமணத்தையும்கூட
அவர் மகள் மணவிலக்கு பெற்று
கிறிஸ்துவரை மணந்துவிட்டார்.
நீங்கள் புல்லட் ஓட்டிப்பார்ப்பது
வனஜாவின் பேத்தி
ஆண்பிள்ளைபோலத்தான் இருக்கிறாள் இல்லையா?
அப்படியே நேராக வாருங்கள்
எங்கும் திரும்பவேண்டாம்

அரசுப்பள்ளிக்கூடம்
செல்போன் ரிப்பேர் பார்க்கும் கடை
செயற்கை கருத்தரித்தல் மையம்
பீப் பிரியாணிக்கடைக்கு அருகில்தான் புதியவீடு.
ஆம் அங்கிருந்துதான்
அவ்வளவு தூரத்திலிருந்துதான்
இங்கே வந்திருக்கிறோம்"

காலத்தில் விரிசல் விழுந்துவிட்டது

"நல்ல நேரத்தில் குழந்தை பிறந்திருக்கிறது.
அதற்கேற்றவாறு நல்லதொரு பெயரைச் சூட்டுங்கள்.
X, Y, Z என்ற ஆங்கில எழுத்துகள்
அல்லது ஜ, ஷ, ஸ என்ற தமிழ் எழுத்துகளில்
தொடங்கும்படி ஒரு பெயர் சூட்டுங்கள்"
என்றபடி குழந்தையை ஏந்திவந்தார்கள்.
அறையின் வாசலுக்கு மேலுள்ள
சுவர்க்கடிகாரத்தில்
பல்லியைப்போல் தத்தி தத்தி
நொடிமுள் நகர்ந்தது.
"பிறந்த நேரமென்றால் எது?
தாயிடமிருந்து குழந்தையின் தலை
முதலில் வந்த நேரமா?
காலுடன் முழு உடல் வந்த நேரமா?
தொப்புள்கொடி துண்டிக்கப்பட்ட நேரமா?
தாதி குழந்தையை ஏந்திய நேரமா?
மருத்துவரிடம் கையளித்த நேரமா?
அவர் கைக்கடிகாரத்தின் நேரமா?
மருத்துமனை சுவர்க்கடிகாரத்தின் நேரமா?
இரண்டு நேரங்களும் ஒன்றுதானா?
உலகின் எல்லாக் கடிகாரங்களிலும்
ஒரே நேரம்தானா?"
அவர் தடியைக்கூட உயர்த்தவில்லை,
கேள்விகள்தான் கேட்டார்.
அதற்கே சுவர்க்கடிகாரத்தில் விரிசல் விழுந்துவிட்டது.
"மூவாயிரம் ஆண்டுகள் ஓடிய கடிகாரம்"
என்று குறைப்பட்டுக்கொண்டார்கள்.

மெடிக்கல் மிராக்கிள்

அவர் சிலைகளை உடைப்பதில்
பலருக்கு அலாதி பிரியம்.
ஒருவர் மூக்குக்கண்ணாடியை உடைத்து
தன் குழந்தைக்கு விளையாட எடுத்துப்போனார்.
இன்னொருவர் அசைத்து அசைத்து
தடியை உடைத்தார்.
மூன்றாமவருக்கு உடைப்பதில் ஆர்வமில்லை.
அவர் ஒற்றைச் செருப்பை ஏற்க மாட்டார்
என்பதால்
மாலையாகவே அணிவித்தார்.
வேறொருவர் யாரும் அறியாத இரவில்
அவர்மீது காவியைப்பூசி
"அசிங்கம் அசிங்கம்" என்றபடி
ஆர்ப்பரித்து நகர்ந்தார்.
எல்லோருமே மனநோயாளிகள் என்றது குற்றக்குறிப்பு.
"ஒருவர் இறந்தபின்னும்
இத்தனை மனநோயாளிகளைக் கண்டறிகிறார்
என்பது ஆச்சர்யம்தான்" என்றார் மருத்துவர்.
மேலும் அவர் சொன்னார்.
"அவர்கள் பரிதாபத்துக்குரியவர்கள்!
மருந்துப்புட்டிகளை உடைப்பது
மனநோயாளிகளின் வழக்கம்தான்" என்று.

உடை

அரைநிர்வாண உடல்களைக் கண்டதும்
காந்தி தன் மேலாடையைக்
கழற்றிவிட்டார்.
"இது தேசத்துக்கே நேர்ந்த அவமானம்" என்றார்
தன் மெல்லிய குரலில்.
பெரியாரோ
எதிர்ப்பின் நிறத்தைத் திரட்டி
ஒரு சட்டையை உருவாக்கித்
தெருக்கள்தோறும் பரவலாக்கினார்.
மேலும் அவர்
ஒவ்வொரு தெருமுக்கிலும் சொன்னார்
"உனக்கான அவமானத்தை
நீதான் அகற்றவேண்டும்.
சட்டைகளைக் கழட்டுவதாலேயே
அவமானங்கள் அகற்றப்படுவதில்லை"

சுதந்திர மனிதன்

ஜெர்மனி நிர்வாணச்சங்கத்தில்
முழு நிர்வாணமாய் நின்ற
பெரியாரின் புகைப்படத்தைப் பார்த்தபடி
காந்தி சொன்னார்
"ராமசாமி செய்தது சரிதான்.
அவர் எதையும்
முழுமையாகச் செய்துவிடுகிறார்.
நான்தான் எல்லாவற்றையும்
அரைகுறையாகச் செய்துவிடுகிறேன்"
ஆட்டுப்பால் குவளையைத்
தள்ளிவைத்தபடி
பெரியார் சொன்னார்
"உண்மைதான் தோழர் காந்தி.
ஆனால் எல்லா உண்மைகளையும்
நீங்கள் தாமதமாகத்தான் புரிந்துகொள்கிறீர்கள்"

இரை

கடைசி மூன்றாண்டுகளில்
அவருக்குப் பற்களே இல்லை.
என்றபோதும் இறக்கும்வரை
அவர் அசைவம்தான் உண்டார்.
மாட்டிறைச்சி, கோழிக்கறி
பன்றிமாமிசம் என
எந்தப் பேதமும் இருந்ததில்லை.
பற்களற்ற அந்த வாயில்
அதையும் தாண்டி அரைபடுவதற்கு
ஏராளமான விஷயங்கள் இருந்தன.
சாதி, மதம், கடவுள், காதல், கற்பு
குடும்பம், குழந்தைப்பேறு,
தேச வரைபடம்
சிக்குப்பிடித்த ஒரு தமிழ்ப்புலவரின் ரோமம்,
காந்தி சட்டையைக் கழற்றும்போது
தெறித்துவிழுந்த பட்டனில்
ஒட்டியிருந்த நூல்,
கண்ணகி தன் கூந்தலை
விரிக்கும்போது
தவறவிட்ட ரப்பர் பேண்ட் மற்றும் பல...

கரும்பூதம்

அவர் இறந்து அய்ம்பதாண்டுகள் ஆகிவிட்டன.
ஆனாலும் பலருக்கு அவர் இன்னும்
பசித்த கரும்பூதம்.
"குழந்தைகளை அந்தப்பக்கம் விடாதீர்கள்.
அதன் வாய் அவ்வப்போது அசைகிறது"
என்றபடி எச்சரிப்பவர் சிலர் என்றால்
எட்டிப்பார்த்து
"எங்களுக்கான புதைகுழி" என்பவரும் சிலர்.
அது கிணறு
ஆழமானது
தன் அடிவயிற்றில்
கறுப்பைப் பூசியிருக்கும் கிணறு.

காலி மைதானம்

"கடவுள் இல்லை இல்லை என்கிறீர்களே
அவர் வந்துவிட்டால்
என்ன செய்வீர்கள்?" என்றார்கள்.
"கடவுள் இருக்கிறார் என்பேன்" என்று
சிம்பிளாகச் சொல்லிவிட்டு
அவரும் போயேவிட்டார்.
இன்னும் பலர்
'கமான் கமான்' சொல்லிக் காத்திருக்கிறார்கள்.

தமிழ்ப்பால்

வீட்டுக்கு வந்த தமிழ்ப்புலவரை
மரியாதையாகத்தான் வரவேற்றார்.
அவருக்கு மரபு பிடிக்குமென்பதால்
மரபுப்படி பால் கொடுத்து
உபசரித்தபடியேதான்
கேள்விகளை முன்வைத்தார்.
உங்கள் மொழி
சாதி காப்பாற்றும் மொழி
உங்கள் மொழி
ஆண்திமிர் காப்பாற்றும் மொழி.
பதறிய புலவர்
தொண்டைக்குள் விரல்விட்டு
வாந்தியெடுத்தார்
"ஒரு தமிழ்த்துரோகியின் வீட்டிலா
பால் அருந்தினேன்?" என்றும் அலறினார்.
இப்போதும் நம் நவீன கவிஞர்களின்
தொண்டைக்குள் பால் சூடாகத் துடிக்கிறது.
துப்புவது ஒன்றுதான் துயரம்.

ஆரண்ய காண்டம்

மாரீசமானை வேட்டையாடப் போனவனை
மனக்குகையில் எழுந்த சிறுத்தைதான்
வேட்டையாடியது.

எச்சம்

"கற்புன்னே ஒண்ணு இல்லைங்கிறீங்களே
உங்க பெண்டாட்டியை
என்கூட அனுப்புவீங்களா?" என்று
கூட்டத்தில் அவர் கேட்ட கேள்விக்கு
கூட்டம் அதிர்ந்தது.
கிழவரோ கொஞ்சமும் அசராமல்
தாடியை வருடியபடி
"இதை என் மனைவியிடம்தானே அய்யா
கேட்கவேண்டும்?" என்றார் பணிவுடன்.
கேட்டவரும் செத்துப்போனார்.
பிறகு அவர் பித்ருவாகி
காகமாய் அலைவதாய் அய்தீகம்.
அப்படித்தான் ஒருநாள்
தன் பித்ருவுக்கு அமாவாசைச் சோறு
வைத்துவிட்டு
'தன் வளர்ப்புமகளையே
திருமணம் செய்தார் ஈ.வெ.ரா' என்று
வாட்ஸ்-அப்பில் செய்தியைப் பகிர்ந்துவிட்டு
சோறு வைத்த இடத்தை எட்டிப்பார்த்தான்
காகத்தின் பேரன்.
காகம் பறந்திருந்தது.
போகும்போது கொஞ்சம் கழிந்தும் இருந்தது.

நகர்வு

அவர் 500 தென்னைமரங்களை
வெட்டினார் என்பதையே
சொல்லிக்கொண்டிருக்கிறீர்கள்.
அவர் அந்த மரத்திலிருந்து
வெகுதூரம் வந்துவிட்டார்.
அதன்பிறகு அவர்
வெட்டிச்சாய்த்தவை வேறு ஏராளம்.
நீங்களும் அங்கிருந்து நகர்ந்துவிடுங்கள்.
மேலே பாருங்கள்
ஒரு பழுத்த மட்டை
கீழே விழத் தயாராயிருப்பதையும்
அது உங்கள் தலைக்கு மேல்தான்
இருப்பதையும்.

திருத்தம்

யாரேனும் பிழைபட பேசினால்
தடியால் தரையைத் தட்டி
குறுக்கிடுவது அவர் வழக்கம்.
"கடவுளை மற மனிதனை நினை"
என்றவரிடம்
"ஏன் மனுசியை நினைக்க மாட்டீங்களா?"
என்றார் அந்தப் பெண் தோழர்.
"மன்னிச்சுக்கங்கம்மா" என்றபடி
எழுந்து
மூன்றுமுறை தடியால் தட்டிக்கொண்டார்.

அறம்

மார்பில் மூன்று தோட்டாக்களை வாங்கி
சரியத்தொடங்கினார் காந்தி.
"காந்தியைக் கொன்றது ஒரு பார்...."
பேச்சாளரை நிறுத்த
மேடையில் மூன்றுமுறை
தடியால் தட்டினார் பெரியார்.
கீழே விழுந்து இறப்பதற்கு முன்
புன்னகைத்துக்கொண்டார் காந்தி.

வந்தேறி

"ஈ.வெ.ரா எங்கிருந்து
வந்தார் தெரியுமா?" என்றார்.
"எல்லோரையும்போல
கருப்பையிலிருந்துதானே" என்றேன்.
"அவர் ஒரு வந்தேறி.
அவர் மூதாதையர்கள்
எங்கிருந்து வந்தார்கள் தெரியுமா?"
என்றார் விடாப்பிடியாக.
"தெரியவில்லை. ஆனால்
ஒரு விஷக்கோப்பை
ஒரு தூக்குக்கயிறு
ஒரு சிலுவை
ஒரு கில்லட்டின்
ஒரு வெடிகுண்டு
சில தோட்டாக்கள்
பல செருப்புகள்
வீசப்பட்ட மலம்
அழுகிய தக்காளி
முட்டையோடுகள்
இவற்றைத்தாண்டி
என்னிடம் பேசவந்தார்
என்பது மட்டும் தெரியும்" என்றேன்.

சுயராஜ்ஜியம்

மேஜிக்மேன் தொப்பியைத்
தலைகீழாகப் பிடித்ததில் இருந்து
தொடங்கியது மேஜிக் ஷோ.
"இனி நிறமற்ற மழையில்லை.
நீங்கள் விரும்பும் நிறத்தில்
மழை பொழியச் செய்வேன்"
என்றார் அவர். மேலும்
மனிதர்களில் இருந்து
குரங்குகளை வெளிக்கொணர்வது
மலைகளைக் கொஞ்சம் கிள்ளி
தொட்டிச்செடி ஆக்குவது
மேகங்கள் நுழைத்த
தலையணைகள் என்று
வாக்குறுதிகளின் பட்டியல் நீளம்.
"இது ஸ்பெஷல்" என்றவர்
"இதோ தொப்பியிலிருந்து
புறாக்கள் வரப்போகின்றன"
என்று சொல்லி வெகுநேரமாகியும்
எதுவும் நிகழவில்லை.
சில நிமிடங்களுக்குப் பிறகு
தொப்பியிலிருந்து புகைவரத் தொடங்கியது.
"இப்போதுதான் குஞ்சு பொரித்திருக்கிறது"
என்று சொல்லியும் வெகுநேரமாயிற்று.
அந்தக் கிழவர் தடியூன்றி
மேடைக்கு வந்தவர்.
தொப்பியை வாங்கித் திருப்பி
மேஜிக்மேன் கையில் கொடுத்து
"தொப்பி என்றால்
தலையில் அணிய வேண்டும்" என்றார்.

கச்சாமி

"புத்தர் ஜெயந்தி கொண்டாட
புத்தர் பொம்மைகளைத் தயாரித்துக்கொள்ளுங்கள்"
என்றவர் அவர்தான்.
மகாயானப் புத்தர், ஹீனயானப் புத்தர்,
ஜென் புத்தர்
பூர்வ பௌத்தப் புத்தர்
தாய்லாந்து புத்தர்
பற்கள் நீண்ட
இலங்கை மியான்மர் புத்தர்
உறங்கும் புத்தர்
சிரிக்கும் புத்தர்
குழந்தை புத்தர்
வாஸ்து புத்தர் வரை அடுக்கி
"எந்த பொம்மையை எடுத்துக்கொள்ள?" என்றேன்.
"புத்தி உள்ளவன் புத்தன்" என்றார்.

சாயல்

"போகும்போது மனிதர்கள்
எதைக் கொண்டுபோகிறார்கள்?"
என்றார் அவர்.
"நிழல்களை.
எல்லா மனிதர்களும்
போகும்போது தன் நிழல்களை
எடுத்துச்சென்று விடுகிறார்கள்"
என்ற பதில் வந்தது.
"நான் நிழலையும்
விட்டுச்செல்கிறேன்" என்றார்.
பிறகு நாம் அவரின் நிழல்களானோம்.

இறுதிச்சுற்று

அடிக்கடி பழுதாகும் வேன்
தூசடைந்த ஆராய்ச்சிப் புத்தகங்கள்
ஒரு தடிமனான லென்ஸ்
ஒலிபெருக்கி கருவிகள்
கட்டாயம் சில இறைச்சித்துண்டுகள்
ஒரு மூத்திரச்சட்டி
இவற்றுடன் பூமியை
13,20,000 கி.மீ.
சுற்றி வந்த வழித்துணைவரை
13,20,001 கிலோமீட்டரில் காணாமல்
ஒருகணம் திகைத்த பூமி
ஒரு வணக்கத்தைச் செலுத்திவிட்டு
மீண்டும் சுற்றத்தொடங்கியது.

காலத்தை நெய்தவன்

ஆருடத்தின் ரேகைகளை
எச்சில் துப்பி அழித்தவர் அவர்தான்.
அவர் ஒவ்வொரு கட்டங்களாய்
உருவ ஆரம்பித்ததும்
நவக்கிரகங்கள் செய்வதறியாது திகைத்தன.
சூரியனையும் சந்திரனையும்
விழுங்கியதாய்ச் சொல்லப்பட்ட
பாம்புகளை
விழுங்கி ஏப்பம் விட்டார்.
சனிமேட்டில் நின்று
கீழே தலைகவிழும் பள்ளம் என்று
அலறி விழப்போனவர்களின்
சட்டைக் காலரைத் தடியால் தூக்கி
சமவெளியில் வீசியெறிந்தார்.
தீர்க்கதரிசிகள் அஞ்சி நடுங்கும்
தீய சகுனமானார்.
எல்லாம் சரிதான்.
ஆனால் அவர்தான்
செல்போன் சார்ஜர்கள் இல்லாத காலத்தில்
"எதிர்வரும் காலங்களில்
எல்லார் சட்டைப்பையிலும்
கம்பியில்லா சாதனம் இருக்கும்" என்றார்.
"ஆளுக்காள் உருவம் பார்த்து
பேசிக்கொள்வார்கள்" என்றார்.
வீடியோ கால்கள் ஒளிர்ந்தன.
ஆண் பெண் சேர்க்கையில்லாமல்
பிறந்த டெஸ்ட் ட்யூப் குழந்தைகள்
அவர் தாடிமயிரை இழுத்து
விளையாடிய கணத்தில் கேட்டேன்.
"எல்லா ஆருடங்களையும் பொய்
என்றவர் நீங்கள்தானே?" என்று.
"அச்சத்திலும் மடமையிலும் காலூன்றி
நடுக்கத்துடன்

எதிர்காலத்தைத் துழாவிக்கொண்டிருந்தீர்கள்.
நானோ கனவிலிருந்து
காலத்தை நெய்தேன்.
வானத்தை அண்ணாந்து பார்த்தபடி
தடுக்கி விழுந்தீர்கள்.
நான் சுற்றியிருந்த பூமியைப் பார்த்தேன்
அவ்வளவுதான்... ரொம்ப சிம்பிள்" என்றார்
தோள்களைக் குலுக்கியபடி.

பெருமைத்தராசு

அகழ்ந்து அகழ்ந்து
வரலாற்றின் படிக்கட்டுகளில்
இறங்கி இறங்கி
நாங்கள் சில பாண்டங்களைக்
கொண்டுவந்தோம்.
சிவப்பும் கருப்புமான
பாண்டங்களில் இருந்து
கடந்தகாலத்தின் சுழலும் மூச்சடங்கிய
முதுமக்கள் தாழி வரை.
பிறகு சில செப்பு சாமான்கள்
வரலாறு புள்ளியாய் உறைந்த பகடைகள்
கடவுளை அறியாத
எம் மூதாதையரின் உலைக்களங்கள்
காளைமாட்டின் கொம்புகள்
மற்றும் சில மண்டையோடுகள்.
எல்லாவற்றையும்
பெருமைத்தராசில் நிறுத்தபோதும்
ஏதோ ஒன்று குறைந்தது.
கடைசியாக
ஒரு மூத்திரச்சட்டியை வைத்து
சமன் செய்தோம்.

தலைமுறைகள்

துண்டறிக்கைபோல்
வீடுகள்தோறும்
கேள்விகளை
விசிறியெறிந்தார் அவர்.
அவசர அவசரமாய்
கதவுகளைச் சாத்தியவர்கள்
"அய்யோ வெடிகுண்டுகள்"
என்று அலறியதுடன்
தங்கள் குழந்தைகளின்
காதுகளையும் பொத்திக்கொண்டார்கள்.
ஒரு கேள்வியைப் பற்றினார்
கைத்தடியானது.
இன்னொரு கேள்வியை விரித்து
மடக்கி
சாய்வு நாற்காலியாக்கி
தன் வளர்ப்பு நாயின்
தலை தடவிக்கொண்டிருந்தார்.
வீட்டிலிருந்து தப்பித்துவந்த
குழந்தைகளிடம்
சட்டைப்பையிலிருந்து
கேள்விகளை எடுத்து
சாக்லேட்போல் வினியோகித்தார்.
ஒருநாள் அவர் செத்துப்போனார்.
ஆசுவாசமாய் குழந்தைகளின்
காதுகளிலிருந்து
கைகளை எடுத்தார்கள்.
குழந்தைகளின்
சட்டைப்பையிலிருந்து
கேள்விகள் குதித்தோடி
வீட்டைச் சூழ்ந்தன.
மீண்டும்
"அய்யோ வெடிகுண்டு" கூச்சல்கள்.

தமிழிசை

அந்த கர்நாடக இசைப்பாடகர்
ஒரு தெலுங்கு கீர்த்தனையை
ஆலாபனை செய்து
உச்சஸ்தாயிக்குக்
கொண்டுபோனார்.
கொண்டுபோனாரே தவிர
கீழே இறக்க முடியவில்லை.
ஆலாபனை அவருக்கும் மேலே
மேலே மேலே மேலே போனது.
"தமிழ்நாட்டிலே தமிழிலே பாடு"
என்ற அந்தக் கிழவரின்
குரல் கேட்டு நடுங்கிய ஆலாபனை
சட்டெனக் கீழே வந்தது.
தப்பித்தேன் என்ற பாடகர்
ஆலாபனையின் கழுத்தை மிதித்து
வாசலை நோக்கி ஓடினார்.
அவருக்கு முன்னே
ஆலாபனை தப்பித்து ஓடியிருந்தது.

ரவுடி பேபி

திருமண விழாக்களுக்குச் சென்று
திருமண மறுப்பு பிரச்சாரம் செய்தார்.
சாதிச்சங்க மாநாடுகளில்
சாதி மறுப்பு பிரச்சாரம் செய்தார்.
தேசத்தின் வரைபடத்தையும்
தேசியக்கொடியையும்
விசிறி எறிந்து விளையாடினார்.
ஒரு கடவுளின் பொம்மையை உடைத்தார்.
இன்னொன்றை எரித்தார்.
இந்த அடங்காத குழந்தைக்குத்
தந்தை என்று யார் பெயர் வைத்தது?

உள்ளே வெளியே

அறுவடை தப்பிய காலங்களில்
மண்ணைத் தோண்டி
சில கிழங்குகளைக்
கொண்டுவந்து தந்தார்.
இறங்கும் நதியின்
அடிவயிற்றில் அவர் உதைத்ததில்
நுரைதப்பி கரையில்
வெள்ளம் சீறியது.
வேறென்ன பெரிதாகச் செய்துவிட்டார்?
சட்டமன்றத்தில்
கல்விக்கூடங்களில்
கோயில் வாசல்களில்
வெளியே நிறுத்தப்பட்டவர்களை
உள்ளே அழைத்துவந்தார்.
எல்லோருக்கும் உள்ளே இருந்த
மதாபிமானம் குலாபிமானம் தேசாபிமானம்
ஆண்திமிரை
வெளியே அனுப்பச் சொன்னார்.
அவ்வளவுதான்

வெளியேற்றப்பட்ட நறுமணம்

அவருக்கு குளிக்கப் பிடிக்காது என்பது
அவ்வளவு ஆச்சர்யமானதல்ல.
சாதித்தூய்மை மதத்தூய்மை
மொழித்தூய்மை
இனத்தூய்மை அவருக்கு ஆகாதவை.
இப்படித்தான் அரசியலுக்கு முந்திய காலத்தில்
அப்பாவுடன் கோபித்துக்கொண்டு
காசியில் ஓர் ஆசிரமத்தில் பணிபுரிந்தார்.
குளிக்காமல் பூப்பறித்து பூஜை செய்ததற்காய்
வெளியேற்றப்பட்டார்.
பின் எப்போதும்
வெளியேற்றப்பட்டவர்களின்
கூட்டத்திலிருந்தார்.
இப்போதும்
அவரின் வியர்வை வாசனையை
காசி நகரப் பூக்களில்
நீங்கள் முகர முடியும்.
நீதியின் ஆவேசம்போல்
மெல்லிதாய் நடுங்கும்
காசி நகரப் பூக்கள்
'குளிக்க மறுத்தவரே
அழுக்குகளை அகற்றிக்கொண்டிருந்தார்'
என்று தன் இதழ்களில் எழுதியிருப்பதை
இப்போதும் நீங்கள் படிக்க முடியும்.

விடுதலை

ட்ராஸ்கியக் குழுக்களுடன்
தொடர்பிலிருந்ததால்
ரஷ்யாவைவிட்டு வெளியேற்றப்பட்டார்.
எங்கிருப்பார் என்று தேடியபோது
ஃப்ரீ திங்கர்ஸ் அசோசியேஷன்
வரவேற்பு புத்தகத்தில்
கையொப்பமிட்டுக்கொண்டிருந்தார்.
அங்குதான் இருப்பார் என்று நினைத்தால்
ஜெர்மனி நிர்வாணச் சங்கத்தில்
ஆடைகளைந்து நின்றார்.
வரும் வழியில் இலங்கையில்
"தேசபக்தி என்பது
அயோக்கியர்களின் புகலிடம்" என்றார்.
வடநாட்டில் சென்றபோது,
அவரை சாமியார் என்று
நினைத்தவர்கள் ஏராளம்.
கூடவே போன அண்ணாத்துரையைக்
குள்ளச்சாமியார் என்றார்கள்.
பர்மாவில் புத்தமாநாட்டில் கலந்துகொண்டவர்
மலேசியாவில் ஒரு கைலியை எடுத்துக்கொடுத்து
நாகம்மையை அணியச் சொன்னார்.
இந்த மனிதரை
ஒரு தேசத்தின் வரைபடத்துக்குள்
அடைப்பதற்கு
என்ன பாடுபட வேண்டியிருக்கிறது.

எதிர்

அவரைக் கண்டடைந்தபோது
எனக்கு வயது 11.
அரைபெடல் கூடத் தெரியாத காலம்.
சுமைகளைக் களைந்து
நிர்வாணமாய் நின்ற மொழி அவருடையது.
சொல்லக்கூடாத சொற்களால்
கேட்கக்கூடாத கேள்விகளால் ஆன
படிக்கக்கூடாத புத்தகங்கள் அவை என்றார்கள்.
ஒவ்வொரு பக்கத்தைப் புரட்டும்போதும்
ஒவ்வோர் எதிரி கிடைத்தார்கள்.
சமநிலை குலைந்த பதற்றம்
நம் குடும்பங்களில்
கடைவீதிகளில்
கல்விக்கூடங்களில்
அலுவலகங்களில்
பரவப் பரவ எதிரிகள் கூடினார்கள்.
பெண்கள் கூடி அவரைப்
பெரியார் என்றழைத்தார்கள்.
பலர் அவரை தந்தை என்றார்கள்.
சிலர் அய்யா என்றார்கள்.
மிகச்சிலர் அரிதாகத் தோழர் என்றார்கள்.
நான் அவருக்கு
'எதிரிகளை சம்பாதித்து தரும் நண்பன்'
என்று பெயர் சூட்டினேன்.

னை - லை - ளை

மரங்களை முறித்துத் தின்னும்
மூர்க்க யானைகளின் கைகளை உடைத்தவர்
தீப்பந்தங்களாக்கி
அவற்றிலொன்றைத்
தன் கல்லறையின்மீது நடச்சொன்னார்.
“அநியாயமாக யானைகளின்
துதிக்கைகளை உடைத்துவிட்டீர்களே?” என்றேன்.
“இப்படித்தான் தவறாகவே கற்பிக்கப்பட்டிருக்கிறீர்கள்.
அவை துதிக்கைகள் அல்ல.
யானைகளை முழுங்கிக்கொண்டிருந்த
மலைப்பாம்புகள்” என்றவர்
“யானைகளின் அருகிலேயே
குட்டியானைகளை உலவ விட்டிருக்கிறேனே
அதைக் கவனிக்கவில்லையா?” என்றார்.
இப்படித்தான் நம் காட்டுக்குள்
குட்டி யானைகள் வந்தன.

அடுத்த கேள்வி

உடைந்துவிழும் பென்சிலைப் போலிருந்த
அந்த வைதீகரிடம்
ஏராளம் கேள்விகள் இருந்தன.
வளர்ந்தபோதிலிருந்தே கேட்க
வாய்ப்பற்றவர்.
முதல் கேள்வியைக் கேட்டபோதே
அவர் நாக்கின் நுனியில்
ஒரு தர்ப்பைப்புல் கட்டப்பட்டது.
வாகான இடம் கிடைத்ததும்
பென்சிலில் எழுதி உற்சாகத்துடன்
கேள்விகளைக் கேட்கத் தொடங்கினார்.
கிழவரோ கேள்விகளை விதைத்து
கேள்விகளை அறுப்பவர்.
இருமடங்கு உற்சாகம்.

ஒரு கேள்விக்குறியை
ஈஸி சேராக விரித்து
சாய்ந்துகொண்டே
“அடுத்த கேள்வி... அடுத்த கேள்வி?” என்றார்.
வைதீகர் கேள்விகளை மாடுகளைப்போல் ஏவிவிட்டார்.
முன்னோர்கள் ஓட்டிவந்தவைதாம்.
கிழவரோ விலாவில் துழாவி
மாட்டிறைச்சிகளைத் தூக்கிவீச
வளர்ப்புநாய் அனாயசமாகக் கவ்வியது.
பென்சில் உடைந்துபோக
விதிர்த்த வைதீகரின் நாக்கில்
தர்ப்பை முடிச்சானது.
சிரித்துக்கொண்டே கிழவர்
ஒரு பென்சிலை நீட்டி
“அடுத்த கேள்வி... அடுத்த கேள்வி?” என்றார்.
கேட்டவர் இறந்துவிட்டார்.
கிழவரும் இறந்துவிட்டார்.
கேள்விகள் இருக்கின்றன.
வெடிமருந்து நிரப்பிய

பென்சில்களை நீட்டுகிறோம்.
"அடுத்த கேள்வி... அடுத்த கேள்வி?"

நெஞ்சுக்கு நீதி

அவர் பணியென்பது
அவரே சொன்னபடி
செங்குத்தான மலையில் தலைகீழாக ஏறி
விடுதலைக்கனியைப் பறிப்பதே.
வழியெங்கும் முட்பாதை
அணிந்ததும் முட்கிரீடம்
சட்டைப்பொத்தான்களும் முட்கள்தான்.
"அப்புறம் என்ன பெரிதாய்
நெஞ்சில் தைத்த முள்?" என்றேன்.
"இது முள்ளை முள்ளால் எடுக்கும் முள்" என்றார்.
அவர் இறந்த 48 ஆம் ஆண்டு
ஆகஸ்ட் 14
பேரன் ஒருவர் நீவி நீவி
நெஞ்சின் முள்ளெடுத்தார்.
அடுத்தமாதம் பிறந்தநாளன்று
மாலை அணிவிக்கச்சென்றவரிடம்
"முத்துவேல் கருணாநிதி ஸ்டாலின்
உண்மையிலேயே இந்த ஆகஸ்ட் 15
இன்பநாள்தான்" என்று
கண்ணடித்து சிரித்தார்.

தட்டாமாலை

'அதோ அங்கே நில்'
'இந்த இடம்தான் உனக்கு' என்று
சுட்டுவிரல் நீட்டிக்கொண்டிருந்த
சனாதனத்தின் கைகளைப் பற்றி
தட்டாமாலை சுற்றத் தொடங்கினார்.
கிறுகிறுவென தலை சுற்றியது சனாதனத்துக்கு.
அவர் இறந்தபின் சிலகாலமும்
அந்தக் கிறுகிறுப்பு இருந்தது.
'சரிதான் தட்டாமாலை நின்றபிறகும்
கொஞ்சகாலம் கிறுகிறுக்கத்தான் செய்யும்'
என்று சமாதானமும் செய்துகொண்டது.
எங்கிருந்துதான் வந்தார்களோ
அடுத்தடுத்து பலபேர்
தட்டாமாலை சுற்ற சுற்ற
சனாதானத்துக்குத் தலை சுற்றிக்கொண்டேயிருக்கிறது.

உலகு தழுவுதல்

அம்பேத்கரின் இரண்டு புகைப்படங்களை
அருகருகே கிடத்தி கவனியுங்கள்.
பெரியார் தோளில் கைபோட்டபடி
இருக்கும் பாபாசாகேப்
ராஜாஜியின் தோள்களிலும் கைவைத்து
உரையாடுவார்.
தீண்ட மறுத்த அதிகாரத்துக்கு எதிராகத்
தோள்களைத் தழுவிக்கொண்டார் பாபாசாகேப்.
பௌத்தம் தழுவுதல் என்பது
தோள்களைத் தழுவுதல்தான்.
இன்னொரு புகைப்படத்தின்
உரையாடலைக் கேட்டிருக்கிறீர்களா?
நான் கேட்டேன்.
"நூறு கைகள் தழுவட்டும்" என்றார் பெரியார்.
"ஆயிரம் தோள்களைத் தழுவட்டும்" என்றார் அம்பேத்கர்.
பிறகு நாம் அவர்கள் தோள்களின் மீதேறி
இந்த உலகத்தைத்
திருவிழா போல் பார்த்தபடி சொன்னோம்
உலகமே தழுவ வா!
எங்கள் கைகள் விரிந்திருக்கின்றன.

மெய்யறிதல்

"உண்மை என்றால் என்ன?" என்றேன்.
"வரலாற்றில் உண்மையைக்
கண்டறிவதென்பது
மண்டிக்கிடக்கும் புதரில்
பழைய நாணயத்தைத்
துழாவியெடுப்பது.
நூற்றாண்டு தூசியிருக்கும்" என்றார்.
திருப்தியுறாமல்
"உண்மை என்றால் என்ன?" என்றேன்.
மை பூசப்படாத
தன் தாடி நரைமயிரை
என் உள்ளங்கையில் வைத்தார்.
உண்மையின் வெப்பத்தை உணர முடிந்தது.
"இருந்தாலும் உண்மை என்றால் என்ன?" என்றேன்.
"எல்லா ஆடைகளையும்
களைந்து நில்.
ஆனால் கண்ணாடி முன்னால் நிற்காதே
அது உண்மையல்ல" என்றார்.

துறவி

"சங்கராச்சாரியாரைப் போல்
துறவியாக விரும்புகிறேன்"
என்றவர் சற்று நிதானித்து
"ஆனால் அவ்வளவு ஆடம்பரமாக இல்லை" என்றார்.
"துறவிக்கு வேந்தன் துரும்பு. எனக்கோ
சாதி, மதம், ஆண்மை, தேசம், அரசு..."
என்று நீள்பட்டியல் வாசித்தவர்
எல்லாவற்றையும் துறந்து
ஒற்றை ஆடையையும் களைந்துநின்றார்.
அறியப்பட்ட துறவிகளோ
ஊறி மிதக்கும் பிணங்களிலும் கனமான
பெரும்பாரங்களைச் சுமந்தபடி
நான்கு பொதிமாடுகளின் மூச்சிரைப்புடன்
இழுத்து இழுத்து பயணிக்கிறார்கள்.
அவரோ எப்போதோ கடந்திருந்தார்.

விதைச்சிரிப்பு

காட்டுச்செடிகளைப் போல்
தாடி மீசை வளர்த்தவர்
செல்லும் வழியெங்கும்
விதைகளை உதிர்த்துச்சென்றார்.
இலைகளில் பாவிய ரேகைகளே
அவர் முகச்சுருக்கங்களாயின.
பறவைகள் கூடுகட்டும்
பாம்புகள் சீண்டப்பார்க்குமந்த
காட்டுச்செடியில்
ஒரு விதை விழுவதற்கு முன்பே
இன்னொருவிதை முளைத்திருந்தது.
நாட்கள் செல்லச்செல்ல
ஒரு தடிமரமாகியிருந்தது காட்டுச்செடி.
என்றபோதும் அது இறுகியதில்லை.
ஒவ்வொரு காலத்திலும் பட்டைகளை உரித்தபடி
தன் இளைமையைப் பேணிய அந்தக் காட்டுச்செடிக்கு
இப்போதும்கூட வயதாகவில்லை
இறந்தபின்பும்கூட என்பது ஆச்சர்யம்தான்.
ஆனால் இறந்ததாக நினைத்தபடி
ஒரு செடியையாவது பிடுங்கிவிடலாம்
என்கிற பகை எத்தனம் பலிக்கவில்லை.
விதைகள் உதிர்ந்துகொண்டேயிருக்கும் ஓசையில்
கேட்கிறதா அந்தக் காட்டுச்செடியின் சிரிப்பை?

அற்றவை

சாதி மதம் கடவுள் காதல்
குடும்பம் திருமணம் குழந்தைப்பேறு
தேசியம் புனிதம் புராணம்
எல்லாம் அவருக்கு வெங்காயம்தான்.
வாழ்நாள் முழுக்க
கூடைகூடையாய் உரித்தார்.
காரம் அதிகம்
நம் கண்களில் நீர் வரும்
"இவ்வளவு உரித்தீர்களே
என்ன தெரிந்தது?" என்றேன்.
"ஒன்றுமில்லாததைப் பற்றிதான்
நிறைய
பேச வேண்டியிருக்கிறது" என்றார்.

சிகிச்சை

"சிலைகளை உடைத்தவரே
ஏன் சிலைகளாக எழுகிறீர்கள்?" என்றேன்.
"கிருமியை உள்ளே அனுப்புவது தடுப்பூசி"
என்றபடி புட்டத்தில் அழுத்திப்போனார்
வலிக்கத்தான் செய்கிறது.

இரு கோப்பைத் தேநீர்

"கல்வி என்பது அறிவை
நிர்வாணப்படுத்துவது"
என்றவர் பெரியார்.
"நிரம்பி வழியும் கோப்பையில்
ஏன் மீண்டும் மீண்டும் தேநீரை ஊற்றுகிறீர்கள்?
முதலில் காலி செய்ய வேண்டும்
இப்படி... இப்படித்தான்" என்றபடி
கோப்பைகளைக் கவிழ்த்து
காலிக்கோப்பைகளை வழங்கினார் ஓஷோ.
ஓஷோவுக்குப் பெரியாரைத் தெரியாது
பெரியாருக்கு ஓஷோவையும்
இருவரும் வரலாற்றில் கோப்பைகளைப் பரிமாறிக்கொண்டனர்.

வரலாற்றில் எறிந்த செருப்பு

ஒற்றைச் செருப்பை உயர்த்தியபடி
கொஞ்சம் உரக்கவே கேட்டார்
"இன்னொரு செருப்பை வைத்து
என்ன செய்யப்போகிறீர்கள்?
அய்யா எதைத்தான் எப்போதுதான்
முழுதாகச் செய்வீர்கள்?"
இப்படித்தான் "சிந்தித்து செய்
நானே சொன்னாலும் நம்பாதே"
என்பதில் இரண்டாம் பாதியை எடுத்துக்கொண்டு
ஒற்றைச்செருப்பு, கற்கள், மலம்
தடிமனான புத்தகங்கள்
இறந்தபின்னும்
வாட்ஸ்-அப் வதந்தி எறிந்துகொண்டேயிருக்கிறார்கள்.
அவர் வரலாற்றில் எறிந்த கேள்வி
அப்படியே இருக்கிறது
"அய்யா எதைத்தான் எப்போதுதான்
முழுதாகச் செய்வீர்கள்?"

நெருப்பு விளையாட்டு

"உதயநிதி நீ ஒரு விளையாட்டுப்பிள்ளை
என்னைப்போலவே.
வரலாற்றில் சில கற்களை எறிந்தாய்.
அது அவர்களைக்
காலத்துக்கும் காயப்படுத்திவிட்டது
கனவிலும்கூட அலறுகிறார்கள்" என்றார் கிழவர்.
"அது வரலாற்றில் முதல் கல்
இல்லையே" என்றது விளையாட்டுப்பிள்ளை.
"உண்மைதான். அந்தக் கல்லை எடுத்துத் தந்ததும்
என் நடுங்காத கரங்களே" என்றவர்
"ஆனால் நீ விவகாரமான விளையாட்டுப்பிள்ளை.
உன் ஆட்டத்தைத் தொடங்கி
அவர்கள் ஆட்டத்தைக் கலைத்துவிடுகிறாய்.
அவர்கள் கோயில் கட்ட
சில செங்கற்களை ஏந்தி
தேசத்தை உடைத்தார்கள்.
நீயோ ஒரே ஒரு செங்கல்லை ஏந்தி
அவர்கள் கனவுகளை உடைத்தாய்.
"நல்ல விளையாட்டு" என்று சிரித்தவரிடம்
"இப்போது என்னை
நெருப்புவளையத்தில் நிறுத்தியிருக்கிறார்கள்.
எனக்குத் தெரியும் இது
புத்தனின் மூச்சுக்காற்றில் அணைந்த
வேள்விநெருப்பு,
சீதையையும் நந்தனையும் வள்ளலாரையும்
எரித்த நெருப்பு" என்றது விளையாட்டுக்குரல்.
"நாம் மீண்டும் ஒரு வில்லங்க விளையாட்டை
ஆரம்பிப்போம்" என்ற கிழவர்
"இனி நாம் நெருப்பை நீரால் அணைக்கப்போவதில்லை.
நெருப்பை நெருப்பால் அணைப்போம்.
இதோ என் கல்லறையில் முளைத்த
தீப்பந்தத்தில் இருந்து ஒரு நெருப்புப்பந்து"
என்றார் கிழவர்.

"மனுதர்மத்தை எரித்த நெருப்பு என்னுடையது" என்றது
சட்டம் எழுதிய நீலக்குரல்.
வரலாற்றின் வெப்பம் தகிக்க
இன்னும் சில குரல்களும்
நெருப்பை உமிழ
'தீ பரவட்டும்' என்ற குரலை
உங்களுக்கு ஏற்கனவே தெரிந்திருக்கும்.
எதிரிகள்தான் பாவம்
விளையாட்டின் வில்லங்கம் புரியாமல்
நெருப்பை ஊதி ஊதிப் பெரிதாக்கிக்கொண்டிருக்கிறார்கள்.

உடைக்கும் கலை

ஆறோ கிணறோ
மூன்றுநாள்களில் கரைந்துவிடும் களிமண் சிலைகள்தான்.
காலம் வளர வளர
சிலைகளும் வளர்ந்தன.
ஏற்கெனவே இருந்த வினோத வடிவங்களுக்குள்
இன்னும் பல வினோதங்கள்.
எல்லா ஆறுகளும் கடலை நோக்கிச்செல்கின்றன.
சிலைகளையும் இழுத்துவந்து சேர்ந்தார்கள்.
கரையும் சிலைகளை இப்போது
உடைக்கவும் முடியவில்லை.
கைகளை கால்களை தொப்பையை
நொறுக்கத்தொடங்கினார்கள்.
ஏற்கெனவே தலை திருகி உருவான சிலைகள்தான்.
ஒருவன் தலையில் காலை அழுத்திக்
கைகளை உடைக்க
மீன்கள் மூச்சுத்திணறின.
கரையில் ஒதுங்கிய பாதி தலை
அலைகளின் ஆட்டத்தில்
அசைந்து அசைந்து மறுத்தது.
"அவரிடம் கற்றிருக்கலாம் உடைக்கும் கலை.
அவரென்றால் ஒரே போடு
அவர் எப்போதும் ஒரே போடுதான்"
சொல்லி முடிப்பதற்குள்
அலை வந்து இழுத்துப்போனது.

கரிப்பு

எச்சில் இலைகள் மிதக்கும்
கங்கையின் நடுமார்பிலிருந்து
திடீரெனப் பிளந்து எழுந்தவர்
கரை ஏறியதும்
சிறுநீர் கழித்தபடி சொன்னார்
"உப்புக்கரிக்காத
புனிதம் எதுவும் கிடையாது"

விலங்கு

"இழப்பதற்கு எதுவுமில்லை
கைவிலங்குகளைத் தவிர"
என்றார் அவர்.
இவரோ ஒரு பாட்டாளியின்
பின்னந்தலையில்
தடியால் ஒரு தட்டு தட்டினார்.
மண்டையோட்டிலிருந்து
சில விலங்குகள் தெறித்துவிழுந்தன.
"ரெடிகுலஸ்" என்றபடி
அவர் இவரை அணைத்துக்கொள்ள
தாடிகளின் தழுவலில்
பொன்னுலகம் மினுக்கியது.

என்பனார்

சுயமரியாதை என்பது
கேள்விக்குறியை நீவி
அதன் கால் வரை இழுத்துவிடுவது
சுயமரியாதை என்பது
தலைகீழாகப் பிடித்தபோதும்
நேர் நின்று எரியும் நெருப்பு
சுயமரியாதை என்பது
பொருந்தாத உள்ளாடைகளைத்
தூக்கியெறியும் சுதந்திரம்
சுயமரியாதை என்பது
கடவுள்களை வெளியேற்றிவிட்டு
கருவறையில் நுழையும் எத்தனம்
சுயமரியாதை என்பது
கன்னிகாதானத்துக்கு
மணமேடையில் நடக்கும் இறுதிச்சடங்கு
சுயமரியாதை என்பது
என் தட்டில்
நீ எச்சில் துப்பாதே
என்னும் குரல்
நானும் அப்படியே

ஆண்மையின் குப்பைத்தொட்டி

கத்தரித்த நீள்கூந்தல்
கால் தடுக்கும் புடவை
விபச்சாரம் என்னும் நான்சென்ஸ்
கற்பு என்னும்
நான்சென்ஸ்களின் நான்சென்ஸ்
ஆயிரங்காலம் மங்கிய தாலிநூல்
கணவனைத் தொழுதெழுவாளின்
நைந்துபோன மழைக்கோட்
கரையான்களின் மேய்ச்சல்நிலம்
பழம்புத்தகக் குப்பைகள்
வீங்கிப்பெருத்த கருப்பை
அச்சம் மடம் நாணம்
"இது என்ன வெங்காயம்னு தெரியலை பயிர்ப்பாம்"
என்றபடி கோணிப்பையில் திணித்து
"குப்பையில் போட்டுடும்மா" என்றார்.
"ஒரு நிமிடம் தோழர்" நிதானித்தவர்
எலிகளைக் காப்பதாய்
ஏமாற்றிக்கொண்டிருந்த
திருட்டுப்பூனைகளின்
மீசை பிடித்திழுத்துவந்தவர்
மியாவ் கதறலைப் பொருட்படுத்தாது
குப்பைத்தொட்டிக்குள் வீசினார்.
"மக்கும் குப்பையா
மக்காத குப்பையா?"
என்ற பெண்ணிடம்
"எப்போதாவது மக்கிவிடும்தான்" என்றார்

பள்ளியெழுச்சி

பூட்டிய இருப்புக்கூட்டின் கதவு
திறக்கப்பட்டது
சிறுத்தையே வெளியில் வா என்று
கதறிக்கொண்டிருந்தான் கவிஞன்
ஒரு சிறுத்தையும்
வெளிவரவில்லை
பிறகு...
மனக்குகையில் சிறுத்தை எழுந்தது
பிறகு?
குகைகள்தோறும்
எழுந்தன சிறுத்தைகள்
குகையில் எழுந்ததும் சிறுத்தைதான்
கூண்டைத் திறந்ததும் சிறுத்தைதான்

உலகத்தின் முடிவு

செங்குத்தான மலையுச்சியில்
தலைகீழாக ஏறிக்கொண்டிருந்தவரிடம்
இவர்கள் கேட்டார்கள்
"பெண்கள் விடுதலை அடைய
பிள்ளை பெறுவதை நிறுத்த வேண்டும்
கருப்பையை அகற்றினாலும்
கவலையில்லை என்கிறீர்களே
பிறகெப்படி மனித குலம்
விருத்தியடையும்?"
தலைகீழாகப் பார்த்தபடி
கண்ணாடியைச் சரிசெய்தபடி சொன்னார்
"இதுவரை விருத்தியடைந்த
மனித குலம்
பெண்களுக்கு என்ன செய்தது?
ஒரு குழந்தை
தன் தாய்க்கான கைவிலங்கை
அவள் கருப்பையிலிருந்து
இழுத்தபடி பிறக்கிறது.
அவள் ஏன் தனக்கான கொலைவாளை
உலைப்பட்டறையில் சமைக்க வேண்டும்?
அவள் ஏன்
தனக்கான விஷப்புட்டியாய்
கருப்பையைச் சுமக்க வேண்டும்?"
பாறை விளிம்பில் தயங்கியபடி நின்று
இவர்கள் மீண்டும் கேட்டார்கள்
"இருந்தாலும் இந்த மனிதகுல விருத்தி..."
"ஏன் புல், பூண்டு, பூச்சி
விருத்தியடையட்டுமே" என்றபடி மேலேறினார்.
இவர்கள் நேராகத்தான் மலையேறியவர்கள்
இருந்தாலும் பதிலின் கனம் தாங்காது
தங்கள் கேள்விக்குறிகளைப் பிடித்தபடி
தலைகீழாகக் குதித்தார்கள்.
அதற்குப்பின் என்ன ஆனார்கள் என்று
வரலாற்றில் குறிப்புகள் இல்லை.

கருந்துளை

அங்கே ஒரு கருந்துளை இருந்தது
இப்போது இல்லை என்றாலும்
இல்லவே இல்லை என்று
சொல்லிவிட முடியாது.
முன்பு அதற்கு உருவமிருந்தது.
இப்போது இல்லையென்றாலும்
அது வாய்பிளந்து நிற்பதாய் அஞ்சப்படுகிறது.
தூசிபடர்ந்த பழம்நட்சத்திரங்களையும்
மையத்தைச் சுற்றி சுற்றிவரும் கோள்களையும்
அது ஒவ்வொன்றாய் விழுங்கிவிடுகிறது.
நம்பமுடியாத ஆச்சர்யம்
எப்படி அந்தக் கருந்துளையிலிருந்து
இவ்வளவு வெளிச்சம் வருகிறதென்பதுதான்.

நெருப்பின் இரு முனைகள்

"காந்தி சாவதைப் பற்றி கவலையில்லை
உங்கள் மக்களுக்காய் நில்லுங்கள்"
இதுவரை சாவுச்செய்திகளைச்
சுமந்துவந்த தந்தி
ஒரு விடுதலையின் செய்தியை
உறுதியாய்த் தாங்கி வந்தது.
அய்ரோப்பாவில் இருந்த
பெரியாரின் கரங்கள் நீண்டு
அம்பேத்கரின் கரங்களைப் பற்றிக்கொண்டன.
"அவர்தான் எனக்குத் தலைவர்
உங்களுக்கும் அவர்தான் தலைவர்"
என்றபடி இன்னும் இறுக்கிக்கொண்டார் பெரியார்.
சிறைக்கூட்டை உடைத்து
புத்தம் தழுவியரை
"சபாஷ் அம்பேத்கர்"
என்றபடி பற்றினார்
மீண்டும் மீண்டும்.
"மறுக்கப்பட்ட என் உரையை
நூலாக்கியது நீங்கள்தானே?"
என்று பெரியாரின் கரங்களை
அழுந்தப் பற்றினார் அம்பேத்கர்.
"மறுக்கப்பட்டதைப்
பெறுவதுதானே நாம்" என்றபடி
நான்கு கரங்கள் பற்றின.
நான்கு கரங்களை
நாம் பற்றி எழுந்தோம்.
பிறகென்ன...
மனுஸ்மிருதியின் மீது
தெற்கிலிருந்து வடக்காய்
பற்றுகிறது தீ.